எதையுமே விட பெரியது என்ன ?

(முடிவிலி)

3ஆம் தமிழ் பதிப்பு

டேவிட் இ. மெக்காடம்ஸ்

டேவிட் இ.
மெக்காடம்ஸ் எழுதிய
பிற புத்தகங்களைப்
பார்க்க, செல்லுங்கள்:
https://lifeisastoryproblem.
tripod.com/aauthor/
tamil.html.

பெரியது என்றால் எவ்வளவு பெரியது?

நீ பெரியவனா?

எலிக்குப் பக்கத்தில் நீ
பெரியவனா?

யானைக்குப் பக்கத்தில் நீ
பெரியவனா?

நீ பெரியவனா, உன் அப்பா
பெரியவரா?

உன் அம்மா பெரியவரா,
இல்லையா ஒரு வீடு பெரியதா?

ஒரு வீடு பெரியதா, இல்லையா ஒரு கரம் பெரியதா?

ஒரு நகரம் பெரியதா, இல்லையா
உலகம் பெரியதா?

உலகம் பெரியதா, இல்லையா சூரியக் குடும்பம் பெரியதா?

சூரியக் குடும்பம் பெரியதா,
இல்லையா ஒரு நக்சத்திர
மண்டலம் பெரியதா?

எதையுமே விட பெரியது என்ன?

முடிவிலி என்பதற்கு எதையுமே விட பெரியது என்று அர்த்தம்.

5 வரை எண்ண முடியுமா?

ஐந்தை விட ஒன்று அதிகமாக எண்ண முடியுமா? ஆறு என்பது ஐந்தை விட ஒன்று அதிகம்.

ஆறை விட ஒன்று அதிகம் எது?
ஆறை விட ஒன்று அதிகம் ஏழு.

எந்த எண்ணையும் விட இன்னும் 1
அதிகமாக எப்போதும் எண்ணலாம்.

ஆர்கிமிடீஸ் சொன்னார்:
எப்போதும் இன்னொரு எண்
இருக்கும்.

கடைசி எண் இல்லை, ஏனெனில் எப்போதும் இன்னொரு எண் இருக்கும்.

கடைசி எண் இல்லாததால், எண்கள் முடிவில்லாதவை.

முடிவிலி என்றால் நீ கற்பனை செய்யும் எந்த எண்ணையும் விட அதிகம்.

முழு உலகத்தையும் மூடும் அளவுக்கு நிறைய ஆமைகளை நீ கற்பனை செய்ய முடியுமா? முடிவிலி அதைவிட அதிகம்.

நூறு பில்லியன் நக்சத்திர
மண்டலங்களில் எத்தனை
நட்சத்திரங்கள் இருக்கும் என்று நீ
கற்பனை செய்ய முடியுமா?
முடிவிலி அதைவிட அதிகம்.

நேரடி செயல் செயல்பாடு

நேரடி செயல் செயல்பாடு:

முடிவிலி எவ்வளவு பெரியது?

1. ஒரு காகிதமும் ஒரு பென்சிலும் எடு. காகிதத்தில் எண்ண இலக்கங்களை எழுதத் தொடங்கு.
2. ஒரு காகிதத்தில் எத்தனை எண்ண இலக்கங்களை எழுத முடிகிறது?
3. ஒவ்வொரு இலக்கும் எண்ணை மேலும் பெரியதாக மாற்றுகிறது. ஒரு முழு நாளும் காகிதத்தில் எண்ண இலக்கங்களை எழுதினால், அது முடிவிலியா?
4. நீ எத்தனை இலக்கங்களை எழுதினாலும், அது முடிவிலி ஆகாது.

அறிய வேண்டிய சொற்கள்:

பெரியது - பெரியது ஒரு அளவுக் கோலுடன் ஒப்பிட்டால் பெரியதாக இருப்பது.

இன்னும் பெரியது பெரிதானது வேறு ஒன்றை விட பெரியதாக இருப்பது.

முடிவில்லா முடிவில்லா நீ தேர்வு செய்யும் எந்த அளவையும் விட அதிகம், முடிவே இல்லாதது

முடிவிலி முடிவிலி முடிவே இல்லாதது என்ற கருத்து

www.ingramcontent.com/pod-product-compliance
Lightning Source LLC
LaVergne TN
LVHW051011051026
849532LV00005B/1904
* 9 7 9 8 9 0 2 8 9 0 8 7 4 *